ભારતની મહાન મહિલાઓ

ઝાંસીની રાણી

સિમરન

ગુજરાત પુસ્તકાલય સ. સ. મંડળ લિ.
૧૧, ઈલોરા કોમર્શીયલ સેન્ટર, પહેલો માળ, રીલીફ સીનેમા પાછળ.
સવાપસ રોડ, અમદાવાદ–૩૮૦ ૦૦૧
ફોન : ૨૫૫૦ ૬૯૭૩

ડાયમંડ બુક્સ

ISBN : 978-81-288-3857-6

પ્રકાશક : ડાયમંડ પોકેટ બુક્સ (પ્રા.) લિ.
X-30, ઓખલા ઇંડસ્ટ્રિયલ એરિયા, ફેઝ-II,
નવી દિલ્હી-110020
ફોન : 011-40712100
ઈ-મેઈલ : sales@dpb.in
વેબસાઈટ : www.diamondbook.in
સંસ્કરણ : 2025
સમ્પાદક : એમ.આઈ. રાજસ્વી
મુદ્રક : આદર્શ પ્રિન્ટર્સ, શાહદરા, દિલ્હી - ૩૨

JHANSI NI RANI

By : Simran

વિષય સૂચી

પરિચય

રાણી લક્ષ્મીબાઈ ભારતીય સ્વતંત્રતા સંગ્રામના વીર સેનાનીઓમાંથી એક છે. મહિલા હોવા પર પણ એમણે અંગ્રેજોથી જબરદસ્ત ટક્કર લીધી. યુદ્ધક્ષેત્રમાં એમનું કૌશલ જોવા જેવું હતું. આજે પણ ભારતીય લોકગાથાઓમાં એમનું નામ સન્માનની સાથે લેવામાં આવે છે.

તેઓ એક અપ્રતિમ યોદ્ધા હતી. એમનો જન્મ એક સાધારણ બ્રાહ્મણ પરિવારમાં થયો હતો. એમનું ના ફક્ત બાળપણ, બલ્કે પૂરું જીવન સંકટોનો સામનો કરતાં-કરતાં વીત્યું.

૧૮૫૭ના સ્વતંત્રતા સંગ્રામમાં એમનું અતુલનીય યોગદાન રહ્યું. ૨૩ વર્ષની ઉંમરમાં જ્યારે સામાન્ય સ્ત્રીઓ

પોતાના સુખી વૈવાહિક જીવનનું સ્વપ્ન જુએ છે, ઝાંસીની રાણી અંગ્રેજોને ભારતથી બહાર નિકાળવાનું સપનુ જોઈ રહી હતી. એમનો એક જ સંકલ્પ હતો- ''હું પોતાની ઝાંસી નહીં આપું!''

એ સમયે જ્યારે સ્ત્રીઓને દુર્બળ તેમજ અબળા માનવામાં આવતી હતી, એવામાં એમના આ સિંહગર્જના હકીકતમાં વીર પુરુષોના હૃદયમાં પણ સાહસનો સંચાર કરવાવાળી હતી.

તેઓ ખૂબ બહાદુરીથી અંગ્રેજોથી લડી તેમજ સાબિત કરી બતાવ્યું કે વીરતા-ધીરતામાં ભારતીય મહિલાઓ પણ પુરુષોથી ઓછી નથી.

તેઓ પણ દેશનું નેતૃત્વ કરી શકે છે, લડી શકે છે અને દેશ માટે પોતાના પ્રાણ સુધી ન્યોછાવર કરી શકે છે.

વર્તમાન યુગમાં કૉમ્પ્યૂટર ગેમ તેમજ સોશિયલ નેટવર્કિંગ સાઈટમાં વ્યસ્ત બાળકોની પાસે એટલો સમય નથી રહ્યો કે તેઓ ભારતના શાનદાર ભૂતકાળમાં નજર કરીને મહાન સ્વતંત્રતા સંગ્રામના સેનાનીઓની જાણકારી લઈ શકે. તેઓ

પોતાના પાઠ્યક્રમની લાંબી ભારરૂપ, ઇતિહાસની પુસ્તકોથી પહેલેથી જ તંગ આવી ચુક્યા છો.

અમે આ પુસ્તકના માધ્યમથી બાળકોને **'ઝાંસીની રાણી'**ની શાનદાર વાર્તા રોચક સ્વરૂપમાં પ્રસ્તુત કરી રહ્યાં છીએ. અલગ-અલગ આકર્ષક ચિત્રો તેમજ સંવાદોથી સજેલી આ પુસ્તકના માધ્યમથી બાળકો અંગ્રેજોની કૂટનીતિ તેમજ રાણીના સંઘર્ષને સારી રીતે જાણી શકશે.

હેપ્પી સ્ટોરી રીડિંગ!

રાણી લક્ષ્મીબાઈનો જન્મ

એક સમયની વાત છે, વારાણસીમાં મોરોપંત તાંબે નામનો બ્રાહ્મણ પરિવાર રહેતો હતો. એમની પત્નીનું નામ ભાગીરથીબાઈ હતું. તેઓ એક સુદર તથા સારા સ્વભાવની મહિલા હતી. ૧૬ નવેમ્બર, ૧૮૩૫એ એમણે એક પુત્રીને જન્મ આપ્યો. મોરોપંત ખૂબ જ ખુશ હતા. તેઓએ પોતાની પત્નીથી કહ્યું, "વ્હાલી! આપણી પુત્રી કેટલી સુંદર છે. આ તો બિલ્કુલ તારા પર ગઈ છે."

પુત્રીની સુંદરતા જોઈને જ માતા-પિતાએ નામ રાખ્યું 'મણિકાર્ણિકા'. બ્રાહ્મણના ઘરમાં મિત્રો તેમજ સંબંધીઓની ભીડ લાગી ગઈ. એમણે પરિવારને અભિનંદન આપ્યા. નાની મણિને પણ ઘણા-બધા આશીર્વાદ આપવામાં આવ્યા.

પતિ-પત્ની ખૂબ સ્નેહથી પુત્રીનું પાલન-પોષણ કરવા લાગ્યા. તેઓ એને પ્રેમથી 'મનુબાઈ' કહેતા. મનુબાઈ એક અસાધારણ બાલિકા હતી. તે બાળપણથી જ બળ, બુદ્ધિ અને વીરતામાં ખૂબ જ તેજ હતી. એક દિવસ મોરોપંતે જોયું કે થોડાં જ મહીનાની મનુ પરદો ઉઠાવીને બહાર અંધારામાં જોઈ રહી હતી. એને અંધારાથી ડર લાગી રહ્યો ન હતો. આ

જોઈને મોરોપંત હેરાન રહી ગયા અને પત્નીથી કહ્યું, ''જુઓ! મનુ મોટી થઈને બહાદુર બનશે. આ અત્યારથી જ કેટલી સાહસી છે.''

માતા આ સાંભળીને ખુશ થઈ ગઈ.

મોરોપંત તાંબેનું સંકટ

મોરોપંત તાંબે ચિમનજી અપ્પા સાહેબના સચિવ હતા. એમને દર મહીને પચાસ રૂપિયા વેતન મળતું હતું. મનુના જન્મ પછી ક્યારેક-ક્યારેક મોરોપંત આર્થિક સંકટમાં ઘેરાઈ જતા હતા. અપ્પા સાહેબના મૃત્યુ પછી તો તેઓ નિરાશ્રિત થઈ ગયા. આજીવિકાનું કોઈ સાધન ન હતું. અસહાય મોરોપંત પરેશાન હતા. એમણે ઈશ્વરથી પ્રાર્થના કરી કે, ''હે ઈશ્વર! મારી આજીવિકાનું કોઈ સાધન નથી રહ્યું. હું પરિવારનું પેટ કેવી રીતે ભરીશ!''

ઈશ્વરે જલ્દી જ એમની પ્રાર્થના સાંભળી લીધી અને ત્યારે ભૂતપૂર્વ પેશવા બાજીરાવે એમની મદદ કરી. મોરોપંતનો પરિવાર વારાણસી છોડીને એમની શરણમાં ચાલ્યો ગયો.

આ રીતે મોરોપંતમાં નવેસરથી જીવવાનું સાહસ પેદા થયું.

મનુએ માતાને ગુમાવી દીધી

મનુએ ચાર વર્ષની ઉંમરમાં જ એટલું મોટું દુઃખ જોયું કે એણે માતાને ગુમાવી દીધી. મોરોપંતનું દિલ પણ તૂટી ગયું. તેઓ પણ પોતાની પત્નીને અત્યંત પ્રેમ કરતા હતા. તેઓ બહુધા વિચારતા, 'હું હવે કેવી રીતે જીવીશ? મારી માં વગરની બાળકીને કોણ માં પ્રેમ આપશે?'

મોરોપંતે મનુના પાલન-પોષણમાં કોઈ કમી ન આવવા દીધી. તેઓ પૂરી રીતે પિતાના બધા કર્તવ્ય નિભાવતા. મનુબાઈ દરેક જગ્યાએ પિતાની સાથે જતી. તે એક નટખટ બાલિકા હતી. બાજીરાવ એને અત્યંત પસંદ કરતા હતા. તેઓ એને પ્રેમથી 'છબીલી' કહેતા હતા.

મનુબાઈ- એક અસાધારણ બાલિકા

મોરોપંતે પોતાની નટખટ પુત્રીમાં પ્રતિભા જોઈ. તેઓ

એને અલગ ઢંગથી પોષવા ઇચ્છતા હતા. મનુ પાઠશાળા જવા લાગી. એને પોતાની જ ઉંમરની છોકરીઓની રમત પસંદ આવતી ન હતી. તે તો ઘોડેસવારી, નિશાનેબાજી અને યુદ્ધકળામાં રુચિ લેતી હતી.

એક દિવસે મોરોપંતે પુત્રીને ઘોડેસવારી કરતાં જોઈ તો દંગ રહી ગયા. મનુ ખૂબ જ સારી રીતે ઘોડાને સંભાળી રહી હતી. મોરોપંતે નક્કી કર્યું કે તેઓ પુત્રીને યુદ્ધકૌશલમાં પ્રવીણ કરશે. મનુબાઈ તલવારબાજી તેમજ નિશાના સાધવાનું પ્રશિક્ષણ લેવા લાગી. મોરોપંત પુત્રની પ્રગતિથી ખુશ હતા.

મનુ પણ આ નવા પ્રશિક્ષણથી અત્યાધિક ખુશ તેમજ ઉત્સાહિત હતી. પ્રશિક્ષકોએ મોરોપંતથી કહ્યું, ''શ્રીમંત! તમારી પુત્રી એક બહાદુર તેમજ અસાધારણ બાલિકા છે.''

મનુને બાળપણથી જ છોકરાઓથી હરિફાઈ લગાવવાનું પસંદ હતું. તે બહુધા એમને રમતમાં હરાવી દેતી હતી. તે બાજીરાવના દત્તક પુત્ર નાના સાહેબની સાથે રમતી. મોટાભાગે નાના સાહેબ તેમજ બાકી છોકરાં રમતોમાં એનાથી હારી જતા હતા.

બધા છોકરાં એની વીરતા તેમજ સાહસ જોઈ દંગ રહી જતા હતા. તેઓ બહુધા વિચારતા કે મનુ એ બધાને કેવી રીતે હરાવી દે છે? અહીંયા મોરોપંત પુત્રીનો છોકરાઓની જેમ વર્તન કરતાં જોઈને ચિંતિત હતા. એમના ધાર્મિક સમાજમાં આવી છોકરી માટે કોઈ સ્થાન ન હતું, જે છોકરાઓની જેમ વર્તન કરે તેમજ અસાધારણ વીરતાનું પ્રદર્શન કરે.

મોરોપંતે અનુભવ્યું, 'ઓહ! મેં તો આનું પાલન-પોષણ વધારે હદ સુધી છોકરાઓની જેમ કરી દીધું. હવે મારે આના પર થોડી પાબંદીઓ લગાવવી પડશે.'

નાની મનુના મોટા-મોટા સપના

નાની મનુ અત્યંત શરારતી હતી અને એને પણ બીજા બાળકોની જેમ રમવાનું સારું લાગતું હતું. જો કે એના ચરિત્રમાં એક અલગ ખૂબી પણ હતી. એને પુસ્તકો વાંચવી તેમજ જાણકારી એકત્ર કરવાનો પણ અત્યંત શોખ હતો. એના સપના ઘણાં મોટા તેમજ અસાધારણ હતા.

એક દિવસે એણે પિતાથી કહ્યું, ''પિતાજી! મારે હાથીની સવારી કરવી છે.''

પિતા તો સાંભળીને હેરાન રહી ગયા. તેઓ બોલ્યા-''ના મનુ! આ શક્ય નથી.''

મનુ કશું સાંભળવા જ ઈચ્છતી ન હતી. એણે ફરીથી કહ્યું, ''પિતાજી! મારે તો હાથીની સવારી કરવી જ છે.''

મોરોપંત પુત્રીની આ અટપટી માંગને સાંભળીને ક્રોધિત થઈ ગયા, તેઓ બોલ્યા, ''મનુ! તું એક બ્રાહ્મણની કન્યા છે. હાથીઓની સવારી તો રાજા લોકો કરે છે. આપણે એમનામાંથી નથી. આ સપનુ ભૂલી જાં.''

મનુને આશ્વાસન ના મળ્યું. તે બોલી, ''હા, પિતાજી! હાથીની સવારી તો મારા ભાગ્યમાં પણ લખી છે. હું એક નહીં, દસ-દસ હાથીઓની સવારી કરીશ.''

મોરોપંત પોતાની નાની પુત્રીના મનની આટલી ઊંચી ઉડાન જોઈને, પોતાના આંસૂ રોકી ના શક્યા.

મોરોપંત મનુબાઈના લગ્ન કરવા ઈચ્છતા હતા

મોરોપંતે મનુને છોકરાઓથી વધારે હળતા-મળતા તેમજ

રમતા જોઈ તો ચિંતિત થઈ ઉઠ્યાં. તેઓ પુત્રી માટે કોઈ યોગ્ય વર શોધવા લાગ્યા.

એક દિવસે ઝાંસીના રાજપુરોહિત પેશવા બાજીરાવથી મળવા આવ્યા. તેઓ પંડિત તાત્યા દીક્ષિત હતા, જેઓ પ્રસિદ્ધ જ્યોતિષી હતા.

મોરોપંત એમને જોઈને ખુશ થયા. એમણે તાત્યા દીક્ષિતને સાદર પ્રણામ કરીને કહ્યું, ''મહારાજ! મારી પુત્રી ખૂબ જ સુંદર તેમજ બુદ્ધિશાળી છે. એની માતાનો સ્વર્ગવાસ થઈ ચુક્યો છે. હું એના લગ્નમાં મોડું કરવા નથી ઇચ્છતો. હું ઇચ્છું છું કે તમે એના માટે કોઈ સુયોગ્ય વર શોધી આપો.''

પંડિતજી ખૂબ દયાળુ હતા. એમણે ખૂબ ધ્યાનથી મનુબાઈની જન્મકુંડળી જોઈ. તેઓ બોલ્યા- ''મોરોપંત! મનુબાઈ તો ઘણી ભાગ્યશાળી છે. એના ભાગ્યમાં તો રાજયોગ લખ્યો છે. ઈશ્વરે એને આ ધરતી પર કોઈ વિશેષ પ્રયોજનથી મોકલી છે. આપણે બંને એની ઇચ્છામાં બાધા નથી આપી શકતા.''

મોરોપંત આશ્ચર્યચકિત હતા.

''આ કેવી રીતે શક્ય છે, મહારાજ?'' એમણે પૂછ્યું.

પંડિતજી બોલ્યા, ''એક દિવસ એક રાજા ખુદ તમારા દ્વાર પર તમારી પુત્રીનો હાથ માંગવા આવશે.''

મોરોપંત આ સાંભળીને ખુંશ થઈ ગયા.

ઝાંસીના મહારાજ ગંગાધર રાવ

ઝાંસીના મહારાજ ગંધાધર રાવ એક સુયોગ્ય શાસક હતા. પ્રજા એમના રાજમાં ખુશ હતી, પરંતુ મહારાજ હંમેશાં ચિંતિત રહેતા. એક દિવસ તેઓએ ખુદથી કહ્યું, 'હે પ્રભુ! હું વૃદ્ધ થઈ ગયો છું, પરંતુ હજુ સુધી મારો કોઈ ઉત્તરાધિકારી નથી. મારા ગયા પછી આ રાજયનું શું થશે?'

મહારાજના પ્રથમ લગ્ન થઈ ચુક્યા હતા, પરંતુ કોઈ પુત્ર ન હતો.

એક દિવસ તેઓ પોતાના દરબારમાં ઉદાસ મનથી બેઠા હતા, ત્યારે પંડિત તાત્યા દીક્ષિત એમને મળવા આવ્યા. એમણે પૂછ્યું, ''મહારાજ! શું વાત છે? તમે આટલા પરેશાન કેમ દેખાઈ રહ્યાં છો?''

મહારાજે કહ્યું, ''પંડિતજી! તમે તો મારા મનની પીડા જાણો છો. હવે તો હું બધી આશાઓ ખોઈ ચુક્યો છું.''

પંડિતજીએ નક્કી કર્યું કે તેઓ મહારાજની મદદ કરશે. એમણે મોરોપંતની પુત્રી મનુબાઈની યાદ આવી ગઈ. એમણે કહ્યું, ''મહારાજ! તમે ફરીથી લગ્ન કેમ નથી કરી લેતા?''

મહારાજ પરેશાન હતા.

''મારી પાસે તમારા માટે એક સારો પ્રસ્તાવ છે.'' પંડિતજીએ મોરોપંત તેમજ એમની સુંદર પુત્રી મનુબાઈ વિશે બતાવ્યું.

મહારાજ તો મનુબાઈની સુંદરતા, રમત, અભ્યાસમાં રુચિ તેમજ શોખ જાણીને ખૂબ જ પ્રભાવિત થયા.

''હું આ કન્યાથી લગ્ન કરવા ઈચ્છું છું. કૃપા કરીને મોડું ના કરો. કન્યાના પિતાની પાસે જલ્દી જ લગ્નનો પ્રસ્તાવ મોકલો!'' મહારાજે આદેશ આપ્યો.

મનુબાઈના લગ્ન

ઝાંસીના સંદેશવાહક મોરોપંતના ઘેર પહોંચ્યો, ''મને

ઝાંસીના મહારાજ ગંગાધર રાવે મોકલ્યો છે.''

મોરોપંત સમજી ના શક્યા કે મહારાજે એમને કેમ યાદ કર્યા. તેઓ બોલ્યા, ''સ્વાગત છે! હું મહારાજ માટે શું કરી શકું છું?''

''મહારાજે તમારા નામે સંદેશ મોકલ્યો છે.'' સંદેશવાહકે કહ્યું.

મોરોપંતે સંદેશ વાંચ્યો તો ખુશીથી નાચી ઉઠ્યાં. એમણે તરતત જ જવાબ મોકલી દીધો. તેઓ મહારાજની સાથે મનુના લગ્ન કરવા સંમત હતા.

મોરોપંત જાણતા હતા કે મનુ હજુ બાળકી જ હતી, પણ તેઓ ખુદથી બોલ્યા, 'ઝાંસીની રાણી બનવાથી ઉત્તમ ભવિષ્ય બીજું શું હશે.'

એમણે તરત જ મનુને બોલાવી, ''પુત્રી! તું તો ખૂબ જ ભાગ્યશાળી છે. ઝાંસીના મહારાજ તારાથી લગ્ન કરવા ઈચ્છે છે. તું જલ્દી જ ઝાંસીની રાણી બનીશ.''

મનુ ખૂબ જ નાની હતી, તેથી લગ્નનો અર્થ તો જાણતી ન હતી, પરંતુ તે રાણી બનવાના નામથી જ રોમાચિંત થઈ ગઈ.

જલ્દી જ મહારાજ ગંગાધર રાવ તેમજ મનુબાઈના લગ્ન થઈ ગયા. લગ્ન ધૂમધામથી સંપન્ન થયા. ઝાંસીની પ્રજાએ ખૂબ ઉત્સાહ તેમજ ઉમંગથી લગ્ન સમારંભમાં ભાગ લીધો.

મહારાજ ગંગાધર રાવ મનુબાઈના ગુણો પર મોહિત હતા. એમણે મનુને પત્નીના રૂમાં મેળવીને ખુદને ધન્ય માન્યા. એમણે નક્કી કર્યું કે તેઓ એને 'લક્ષ્મીબાઈ' કહીને બોલાવશે.

રાણી લક્ષ્મીબાઈ મહેલમાં

રાણી લક્ષ્મીબાઈ મહેલમાં ખૂબ ખુશ હતી. તે મહારાજની સૌથી પ્રિય રાણી બની. એમને સવારી માટે વિશેષ ઘોડા તેમજ હાથી આપવામાં આવ્યા. બહાર લઈ જવા માટે સુંદર પાલખીઓ એમના માટે હંમેશાં તૈયાર રહેતી હતી.

'અરે! રાણી બનવામાં કેટલી મજા આવે છે. હું જે ઇચ્છું તે કરી શકું છું.' લક્ષ્મીબાઈએ મનમાં ને મનમાં વિચાર્યું. મહારાજ

પણ પણ પોતાની વ્હાલી રાણીનું પૂરું ધ્યાન રાખતા હતા.

રાણી લક્ષ્મીબાઈના પિતા મોરોપંત તેમજ એમના સંબંધીઓને ઝાંસીના દરબારમાં સન્માનિત પદ પ્રદાન કરવામાં આવ્યા. હવે તેઓ એક ધનવાન વ્યક્તિ હતા.

રાણી લક્ષ્મીબાઈના પુત્રનો જન્મ

લગ્નના નવ વર્ષ પછી રાણી લક્ષ્મીબાઈએ ૧૮૫૧માં એક પુત્રને જન્મ આપ્યો. આ ક્ષણ મહારાજના જીવનમાં પ્રાપ્ત આનંદદાયક ક્ષણોથી વિશેષ હતી. તેઓ આટલી લાંબી રાહ જોયા પછી પોતાની ગાદીનો ઉત્તરાધિકારી મેળવીને ખુશ હતા.

રાજાએ રાણીથી કહ્યું, ''પ્રિયે! હું તારો અહેસાનમંદ છું. તેં આજે મારા જીવનની સૌથી અમૂલ્ય ભેટ આપી છે. જુઓ, આપણો પુત્ર કેટલો સુંદર છે.''

રાણી લક્ષ્મીબાઈએ કહ્યું, '' જી મહારાજ! આજે હું પણ ખૂબ જ ખુશ છું.''

મહેલમાં પુત્રના જન્મના સમાચાર મેળવીને ઝાંસીની પ્રજા

નાચી ઉઠી. ચારે તરફ ઉત્સવ મનાવવામાં આવ્યા. રાજાએ પ્રજાને ધન, મિઠાઈ તેમજ બહુમૂલ્ય હીરા-મોતી દાનમાં આપ્યા.

રાણી લક્ષ્મીબાઈના પુત્રનું નિધન

રાણી લક્ષ્મીબાઈ તેમજ મહારાજ પુત્ર મેળવીને અત્યંત ખુશ હતા, પરંતુ એમની આ પ્રસન્નતા વધારે સમય સુધી ના જળવાઈ શકી. ઝાંસીનો નાનો રાજકુમાર જન્મના ત્રણ મહીનાની અંદર જ ચાલી નિકળ્યો.

રાજા-રાણી પુત્ર વિયોગ સહન ના કરી શક્યા. તેઓ કેટલાય દિવસ સુધી શોકમાં ડૂબેલા રહ્યા. એમને કોઈ પણ પ્રકારનો આરામ આવતો ન હતો.

મહારાણી લક્ષ્મીબાઈ દુઃખી રહી, '' હે પ્રભુ! મારાથી મારો લાલ કેમ છીનવી લીધો?''

મહારાજ વૃદ્ધ થઈ રહ્યાં હતા. પોતાના નબળા સ્વાસ્થ્યને જોઈને તેઓ રાજ્ય પ્રત્યે ચિંતિત હતા, ''એનાથી પહેલાં કે ઘણું મોડું થઈ જાય, મારે કંઈક કરવું જોઈએ.'' એમણે

મહારાણીની સામે પોતાના મનની વાત કહી.

"જી સ્વામી, હું તમારી સાથે છું. તમારી ઇચ્છા મારા માટે આદેશની સમાન છે." રાણીએ કહ્યું.

મહારાણીનો દત્તક પુત્ર

મહારાજ ગંગાધર રાવના દૂરના સંબંધી વાસુદેવ નેવલકરનો એક પુત્ર હતો. રાજાએ વિચાર્યું કે કેમ ના એ બાળકને ગોદ લઈ લેવામાં આવે. એનાથી રાણની પુત્ર તેમજ રાજ્યને એક ઉત્તરાધિકારી મળી જશે. એના માટે કાયદાકીય કાગળો તૈયાર કરવામાં આવ્યા.

ગોદ લેવાથી સંબંધિત સંપૂર્ણ કાર્યવાહીનો ભાર પંડિત વિનાયક રાવને સોંપવામાં આવ્યો. એમણે એક તિથિ નક્કી કરી તેમજ બધી ઔપચારિકતાઓ પૂરી કરી દીધી. આ ઘટનાના સાક્ષી અંગ્રેજ પ્રતિનિધિ પણ દરબારમાં ઉપસ્થિત હતા.

ધાર્મિક પરંપરા તેમજ રીતિ-રિવાજની સાથે ગોદ લેવાની કાર્યવાહી પૂરી થઈ. બાળક પાંચ વર્ષનો હતો. મહારાજે કહ્યું,

''પુત્ર! તું આજથી દામોદર રાવ કહેવાઈશ.''

રાજા-રાણી દત્તક પુત્રને મેળવીને અત્યંત ખુશ હતા.

ગંગાધર રાવનું મૃત્યુ

પુત્ર ગોદ લીધાના થોડાં દિવસો પછી જ મહારાજની તબીયત ખરાબ થઈ ગઈ. તેઓ પથારીવશ થઈ ગયા. આખા રાજ્યમાં દુઃખની લહેર દોડી ગઈ.

રાજા કહી રહ્યાં હતા, ''હું જીવિત રહેવા ઇચ્છું છું. હું પોતાના પુત્રના માથા પર રાજમુકુટ જોવા ઇચ્છું છું.''

મહારાણી લક્ષ્મીબાઈ ધીરજ આપતી, ''મહારાજ! ચિંતા ના કરો. તમે પોતાના પુત્રને ઝાંસી પર રાજ કરતા જોશો.''

રાણીના ભાગ્યમાં તો કંઈક બીજું જ લખ્યું હતું. મહારાજનું સ્વાસ્થ્ય દિવસે-દિવસે કથળવા લાગ્યું. એક દિવસ એમની નસ ધીમી પડી ગઈ. એમણે પરિવારના બધા લોકોને બોલાવ્યા. એમનું શરીર ઠંડું પડવા લાગ્યું તેમજ ૨૧

નવેમ્બર, ૧૮૫૩એ મહારાજ સ્વર્ગ સિધારી ગયા. જ્યારે મહારાજનું મૃત્યુ થયું તો મહારાણી લક્ષ્મીબાઈની ઉંમર ફક્ત ઓગણીસ વર્ષ હતી.

ઝાંસીની રાણી દુ:ખના સાગરમાં ડૂબી ગઈ. પતિના મૃત્યુથી એમને ઊંડો આઘાત લાગ્યો, ''કદાચ! હું આ બધું જોવા માટે જીવિત ના રહેતી.'' રાણી ફૂટી-ફૂટીને રોઈ રહી હતી.

આખા રાજ્યમાં માતમ છવાયું હતું. આટલી સુંદર તેમજ પ્રતિભાશાળી મહિલાનું ઓગણીસ વર્ષની ઓછી ઉંમરમાં વિધવા થઈ જવું, ખરેખર ખૂબ જ દુર્ભાગ્યપૂર્ણ હતું, પરંતુ વિધિના વિધાનને કોણ ટાળી શકે છે. વિધાતાએ જે ભાગ્યમાં લખ્યું હતું, તે થઈને જ રહે છે.

અંગ્રેજો દ્વારા ઝાંસી પર કબ્જાનો પ્રયત્ન

ઝાંસીની રાણી જાણતી હતી કે એમના પતિના મૃત્યુ પછી અંગ્રેજ સરકાર એમનો સાથ નહીં આપે. એમણે ખુદથી કહ્યું,

"મારી પ્રજાને કષ્ટ ન થાય આથી મારે મજબૂત બનવું પડશે."

એમણે તરત જ દરબારમાં મંત્રીઓને બોલાવડાવ્યા અને આદેશ આપ્યો, "હું રાજકુમારનો રાજ્યાભિષેક કરવા ઇચ્છું છું. જલ્દીથી બધી વ્યવસ્થા થાય."

આ સમાચાર અંગ્રેજ સરકારના કાનો સુધી પહોંચ્યા. ભારતના ગવર્નર જનરલ લૉર્ડ ડલહૌજીએ નાના દામોદરને ઝાંસીના રાજકુમાર માનવાથી ઇનકાર કરી દીધો. જનરલે ઝાંસીના મંત્રીઓથી કહ્યું, "એ તો ગોદ લીધેલો પુત્ર છે. કાયદાની નજરોમાં તે રાજ્યનો ઉત્તરાધિકારી નથી."

લૉર્ડ ડલહૌજીએ રાણીને સંદેશ મોકલાવ્યો, "ઝાંસીને અંગ્રેજી રાજમાં મિલાવી લેવામાં આવશે."

ઝાંસીની રાણી આ આદેશને કેવી રીતે માની લેતી! તે એક સાહસી મહિલા હતી, ભલું પોતાના રાજ્યને વિદેશીઓના હાથોમાં સોંપવાની હા કેવી રીતે કહી દેતી. એમણે મહેલ છોડવાની ના કહી દીધી. અંગ્રેજ સરકાર રાણી લક્ષ્મીબાઈ પર ક્રોધિત થઈ ઉઠી.

હું પોતાની ઝાસી નહીં આપું

ગવર્નર જનરલે આ પ્રસ્તાવને માનવાથી ઈનકાર કરી દીધો કે લક્ષ્મીબાઈનો દત્તક પુત્ર દામોદર રાવ જ ઝાંસીનો ઉત્તરાધિકારી હશે. આ સાંભળીને ઝાંસીની રાણી બેભાન થઈ ગઈ. એમની ચિકિત્સા માટે અનુભવી વૈધ બોલાવવામાં આવ્યા. એમની સ્થિતિ ગંભીર હતી, પરંતુ એક કલાકની ચિકિત્સા પછી રાણીને હોશ આવી ગયો.

ઝાંસીના મેજર ઍલિસ તરત જ રાણીને આશ્વાસન આપવા માટે એમના દરબારમાં આવ્યા. તેઓ બોલ્યા, ''રાણી, અમારી સરકારે તમારો પ્રસ્તાવ માનવાથી મનાઈ કરી દીધી છે, પણ કાયદાની તરફથી તમને પૂરું આદર-માન મળશે તેમજ તમે પોતાની સ્વતંત્ર વ્યવસ્થા કરી શકો છો.''

આનાથી રાણી ક્રોધિત થઈ ઉઠી. તેઓ કોઈ પણ કિંમત પર ઝાંસીને અંગ્રેજોના હાથમાં જવા દેવા ઈચ્છતી ન હતી. એમની હુંકારથી આખો દરબાર ગૂંજી ઉઠ્યો, ''હું પોતાની ઝાંસી નહીં આપું.''

આ સાંભળીને બધા મંત્રી તેમજ દરબારી આવાક્ થઈ ગયા. મેજર ઍલિસ પણ આવી પ્રતિક્રિયા માટે તૈયાર ન હતા.

રાણી લક્ષ્મીબાઈએ નક્કી કર્યું કે તેઓ અંગ્રેજી શાસનનો સામનો કરીને, ઝાંસીની બાગડોર સંભાળશે. આવું પ્રથમ વખત થયું હતું કે કોઈ મહિલાએ ઝાંસી પર શાસન કરવા માટે અવાજ ઉઠાવ્યો હતો.

રાજકુમારના યજ્ઞોપવિત સંસ્કાર

હવે રાજકુમાર દામોદરની ઉંમર સાત વર્ષની થઈ ગઈ હતી. રાણીએ ખુદથી કહ્યું, ''હવે મારે દામોદરના યજ્ઞોપવિત સંસ્કાર કરી દેવા જોઈએ.'' એમણે જલ્દી જ એક સંદેશવાહક બોલાવડાવ્યો.

સંદેશવાહકે આવીને માથું નમાવીને કહ્યું, ''જી, મહારાણી!''

રાણી લક્ષ્મીબાઈએ કહ્યું, ''મારો આ સંદેશ ગવર્નર સુધી લઈ જાઓ.''

સંદેશવાહકે કહ્યું, ''જેવી તમારી આજ્ઞા, મહારાણી સાહેબ!''

સંદેશમાં લખ્યું હતું : -

''*શ્રીમાન, હું પોતાના પુત્ર દામોદર રાવના યજ્ઞોપવિત*

સંસ્કાર કરવા ઇચ્છું છું. આના પર લગભગ એક લાખનો ખર્ચ થશે. હું તમારાથી અનુરોધ કરું છું કે તમે દામોદરના નામ પર ઝાંસીના ખજાનાથી જે છ લાખ લીધા છે, એમાંથી આ રાશિ પ્રદાન કરવામાં આવે.''

સંદેશવાહક આ સંદેશ ગવર્નર સુધી લઈ ગયા. ગવર્નરે પૈસા આપવાની ના કહી દીધી અને બહાનું બનાવ્યું કે રાજકુમાર દામોદર હજુ નાબાલિગ છે, એના પુખ્ત થવા અર્થાત્ અઢાર વર્ષની ઉંમર પછી જ પૈસા નિકળી શકે છે.

ગવર્નરે કહ્યું, ''જો ઝાંસીની રાણીને ધન જોઈએ, તો તે સરકારથી ઉધાર લઈ શકે છે.''

રાણી લક્ષ્મીબાઈ આ સાંભળીને ક્રોધિત થઈ ઊઠી, પરંતુ એમણે સંયમ જાળવી રાખ્યો. તેઓ જાણતી હતી કે અંગ્રેજ સરકાર ચતુર હતી તેમજ પોતાની જાળ ફેંકવા ઇચ્છી રહી હતી. તે કોઈ પણ કિંમત પર ઝાંસીને હડપ કરવા ઇચ્છતી હતી. અંતે રાણીએ પ્રસ્તાવ માની લીધો. રાજકુમારના યજ્ઞોપવિત સંસ્કાર ધૂમધામથી સંપન્ન થયા.

રાણી લક્ષ્મીબાઈની યુદ્ધની તૈયારી

રાણી અંગ્રેજ ગવર્નરની ચાલ ઓળખી ગઈ હતી. એમણે પોતાના દેશ તેમજ રાજ્ય માટે કંઈક કરવાનો નિર્ણય કર્યો. એમણે ખુદથી વચન આપ્યું, 'મારે જ કંઈક કરવું પડશે. હું પોતાના અંતિમ શ્વાસ સુધી લડીશ જેથી ઝાંસીને અંગ્રેજોના પંજાથી બચાવી શકું."

એમણે ઝાંસીની પ્રજા તેમજ બધા દરબારીઓની સામે એ ઘોષણા કરી દીધી, "હું અંગ્રેજો વિરુદ્ધ એક શક્તિશાળી સેના તૈયાર કરી રહી છું. પ્રત્યેકે આમાં સામેલ થવું જોઈએ, ત્યાં સુધી કે મહિલાઓએ પણ." એમણે આદેશ આપ્યો.

ઝાંસીની પ્રજાનો મહારાણીથી અત્યંત લગાવ હતો. તેઓ એમની વીરતા તેમજ સાહસના પ્રશંસક હતા. બધા પુરુષ તેમજ સ્ત્રીઓએ નક્કી કર્યું કે તેઓ અંગ્રેજો વિરુદ્ધ આ જંગમાં રાણીને સાથ આપશે.

દુર્ભાગ્યથી ઝાંસીના કેટલાય પાડોશી રાજ્યો પર ડરપોક શાસકોનું રાજ હતું. તેઓ અંગ્રેજ સરકારને પોતાના રાજ્ય પર શાસન ચલાવવાની સંમતિ આપી ચુક્યા હતા. નાના

સાહેબ, રાવ સાહેબ પેશવા તેમજ તાત્યા ટોપે જ વિદ્રોહી હતા. જેઓએ અંગ્રેજોની આગળ ઝૂકવાની ના કહી દીધી.

અંગ્રેજ સેનાના એક સિપાઈ મંગલ પાંડેએ અંગ્રેજી શાસન વિરુદ્ધ અવાજ ઉઠાવ્યો તેમજ ૧૮૫૭માં સ્વતંત્રતાનો પ્રથમ સંગ્રામ આરંભ થયો. આ સંગ્રામે આખા દેશને હલાવીને રાખી દીધો. હિન્દુસ્તાનના લોકો, અંગ્રેજોના અત્યાચારો વિરુદ્ધ ઊભા થઈ ગયા. આખો રાષ્ટ્ર મહાન સ્વતંત્રતા સંગ્રામ માટે તૈયાર હતો.

ઝાંસીની રાણીનું પ્રથમ યુદ્ધ

૧૮૫૭ના સ્વતંત્રતા સંગ્રામના સમાચાર રાણી સુધી પણ પહોંચ્યા. હવે ઝાંસી પણ અંગ્રેજો તેમજ એમની કઠપુતળીઓની વિરુદ્ધ હથિયાર ઉઠાવવા માટે તૈયાર હતી. અંગ્રેજોના પિટ્ઠૂ બનેલા પાડોશી રાજ્યોથી સદાશિવ રાવ નારાયણ તેમજ ઓરછાના નત્થે ખાને ઝાંસી પર હુમલો કરી દીધો.

આ હુમલાનો જવાબ આપતા ઊર્જા તેમજ સાહસથી ભરપૂર રાણીએ યુદ્ધના મેદાનમાં દટીને એમનો સામનો કર્યો. સદાશિવને હરાવવામાં વાર ન લાગી. દુષ્ટ નત્થા ખાને પણ

રાણી તેમજ એમની સેનાના હાથે હારનો સામનો કરવો પડ્યો.

આ ઝાંસીની પ્રજા માટે એક મોટી જીત હતી. ''મહારાણીની જય! મહારાજ ગંગાધર રાવ અમર રહે.'' આ નારાઓથી આખું આકાશ ગૂંજી ઉઠ્યું. આ જીતે ઝાંસીની સેના તેમજ પ્રજાની હિમ્મતને બુલંદ કરી દીધી. એમણે પોતાની રાણી માટે લડવાનો નિશ્ચય કર્યો.

રાણીની વિરુદ્ધ યુદ્ધ

સદાશિવ તેમજ નત્થે ખાનને હરાવ્યા પછી રાણી લક્ષ્મીબાઈ વધારે મજબૂત તેમજ આત્મવિશ્વાસી થઈ ગઈ. તેઓ ઝાંસીનું રાજ-કાજ ચલાવવા લાગી. એનાથી અંગ્રેજ સરકારનો આત્મવિશ્વાસ ડગમગાઈ ગયો. અંગ્રેજ ગવર્નર મહારાણીના સાહસી સ્વભાવ તેમજ રાજનીતિક કૌશલને જોઈને દંગ હતા. એમણે ઝાંસીની રાણીથી લડવા માટે સર હ્યૂરોજને બોલાવવા મોકલ્યા.

અંગ્રેજોએ રાણીની વિરુદ્ધ યુદ્ધની તૈયારી કરી લીધી. સેના બે ભાગોમાં વહેંચવામાં આવી. એક ભાગની કમાન હ્યૂરોજ

તેમજ બીજાની કમાન વિટલૉકે સંભાળી.

હ્યૂરોજે રાહતગઢ પર હુમલો કર્યો તેમજ બરોડિયા, સાગર તેમજ ગઢકોટ કિલ્લાને જીતીને આગળ સુધી આવી ગયા.

ઝાંસીની રાણીને પડકાર

હ્યૂરોઝ ઝાંસીની આસ-પાસના વિસ્તાર જીતીને અત્યંત ખુશ હતો. એણે વિચાર્યું, 'હવે મારે પોતાના ખાસ લક્ષ્ય પર ધ્યાન આપવું જોઈએ. એના માટે મારે ઝાંસી પર હુમલો કરવો પડશે.'

આ સમાચાર રાણી સુધી પણ જઈ પહોંચ્યા. એમણે પોતાના સલાહકારોથી વિચાર-વિમર્શ કર્યો. બહાદુર રાણી અંગ્રેજોના હુમલાથી ગભરાઈ નહીં. એમણે બુદ્ધિમત્તાપૂર્વક સામનો કરવાનો નિર્ણય કર્યો.

સર હ્યૂરોજે રાણીની સાથે હથિયારો વગરની એક બેઠકનો પ્રસ્તાવ રાખ્યો. રાણીને બ્રિટિશ કમાન્ડર પર પૂરો વિશ્વાસ ન હતો. એને ના કહેવડાવી દીધી. એનાથી હ્યૂરોજને પણ જાણ થઈ ગઈ કે રાણી લક્ષ્મીબાઈ યુદ્ધ કરવા ઇચ્છતી હતી.

રાણી તેમજ હ્યૂરોજમાં યુદ્ધ

૨૩ માર્ચ, ૧૮૫૮એ બિગુલની ગૂંજની સાથે ઝાંસીનું મહાન યુદ્ધ આરંભ થયું. આ ભયંકર યુદ્ધમાં ખૂબ લોહી વહ્યું. રાણીના કિલ્લા પર હુમલો થયો તેમજ એને નષ્ટ કરી દેવામાં આવ્યો. જો કે આ ઘટનાથી રાણી તેમજ એમની સેનાનું મનોબળ ના તૂટ્યું. રાણી સિંહણની જેમ અંગ્રેજી સેનાથી લડતી રહી.

આ બધું બે અઠવાડિયા સુધી ચાલ્યું. ઝાંસી હારવાની જ હતી કે તાત્યા ટોપે પોતાના વીસ હજાર સૈનિકોની સાથે મદદ માટે આવી ગયા. તાત્યા ટોપે એક વીર ક્રાંતિકારી હતા. તેઓ પણ પૂરી વીરતાથી લડ્યાં, પરંતુ યુદ્ધ હારી ગયા.

રાણીને તાત્યા ટોપેની હાર વિશે જાણીને અત્યંત દુઃખ થયું. તેથી તેઓ ફરીથી જલ્દી જ અંગ્રેજો પર આક્રમણ કરવા ઈચ્છતી હતી, પરંતુ એમના સલાહકારોએ કહ્યું, ‘‘મહારાણી! આ સંઘર્ષનો યોગ્ય સમય નથી. આપણે પૂરી યોજના તેમજ તૈયારીની સાથે અંગ્રેજોની વિરુદ્ધ યુદ્ધ કરવું પડશે.’’

રાણી લક્ષ્મીબાઈએ ગંભીરતાથી વિચાર કર્યો તેમજ સલાહકારોની વાત માનવાનો નિર્ણય કરી લીધો.

રાણી કાલ્પીની તરફ

રાણી લક્ષ્મીબાઈએ ભવિષ્યની યોજનાઓ પર ધ્યાન લગાવ્યું. તેઓ પોતાના રાજ્યમાં અંગ્રેજોથી લડવા ઇચ્છતી ન હતી. એના માટે તેઓ કાલ્પી રવાના થઈ ગઈ.

''હું કોઈ પણ સ્થિતિમાં મારો સાથ નિભાવવાવાળી પ્રજાનો આભાર વ્યક્ત કરું છું. હવે આપણે પોતાના માનની રક્ષા માટે એક અજાણ જગ્યાએ જઈ રહ્યાં છીએ. તમે બધા પોતાની સાથે થોડાં ઘરેણાં, ઝવેરાત, ઘોડા તેમજ જરૂરી સામાન લઈ લો. એનાથી આપણને અજાણ જગ્યા પર રહેવા તેમજ દુશ્મનોથી લડવામાં મદદ મળશે.'' રાણીએ પોતાના સમર્થકોથી કહ્યું.

રાણીએ પોતાની પ્રિય ઝાંસીથી અલગ થવાનું સાહસ એકઠું કરી લીધું.

પિતા મોરોપંતે ધીરજ આપતા કહ્યું, ''પુત્રી! હું તારી સાથે છું.''

રાણીએ કેટલાક નોકરોને વિદાય આપી અને કેટલાક એમની સાથે ચાલી નિકળ્યા.

રાણીએ પુરુષ વેશ ધારણ કર્યો. હાથમાં તલવાર થામી તેમજ ખુદથી કહ્યું, 'હવે હું શત્રુનો સામનો કરવા માટે તૈયાર છું.' એમની સાથે લગભગ બસ્સો સૈનિક હતા.

રાણીએ પોતાના દત્તક પુત્ર દામોદર રાવથી કહ્યું, ''પુત્ર! તું ઝાંસીનો રાજકુમાર છે. તારે ખૂબ જ બહાદુર બનવું પડશે. હું જે કહું છું, એ જ કરો.''

નાના દામોદરે આશ્વાસન આપ્યું, ''માં! હું એ જ કરીશ, જે તમે ઇચ્છશો.''

રાણીએ દામોદરને પોતાની પીઠથી બાંધી લીધો. એમનો ઘોડો તૈયાર હતો. તેઓ ઘોડા પર ચઢી તેમજ આખું આકાશ 'હર-હર મહાદેવ! જય શિવ શંકર!'ના નારાઓથી ગૂંજી ઉઠ્યું. વિજયની આશા તેમજ ઉત્સાહની સાથે રાણી કાલ્પી તરફ વધતી ગઈ.

રાણીનું બચી નિકળવું

રાણી પોતાના કેટલાક વિશ્વાસપાત્ર સિપાઈઓની સાથે કાલ્પી તરફ વધતી જઈ રહી હતી. કેટલાક અંગ્રેજ સિપાઈઓ એમનો પીછો કરવા લાગ્યા.

જલ્દી જ રાણી કેટલાક દુશ્મન સિપાઈઓથી ઘેરાઈ ગઈ. એમણે ડર્યા વગર, તલવાર ચલાવવાની શરૂ કરી દીધી. રાણી કાલ્પી પહોંચવા ઇચ્છતી હતી. એમણે મ્હોંમાં ઘોડાની લગામ થામી તેમજ બંને હાથોથી તલવારો ચલાવવા લાગી.

એમની અદમ્ય બહાદુરી પણ ઝાંસીને બચાવી ના શકી. અંગ્રેજોએ હુમલો કરી દીધો. એમના એક વિશ્વાસપાત્ર સિપાઈએ આખી સ્થિતિને સમજી તેમજ જઈને એમનાથી બોલ્યો, ''મહારાણી! તમે અહીંયાથી નિકળો. હું બધું સંભાળી લઈશ.''

રાણી ભાગવા ઇચ્છતી ન હતી. તે બોલી, ''હું યુદ્ધના મેદાનથી ભાગીશ નહીં. મારે સંઘર્ષ કરવો છે.''

સિપાઈએ કહ્યું, ''મહારાણી! અમારે તેમજ ઝાંસીને તમારી જરૂર છે. કૃપા કરીને આ સમયે અહીંયાથી નિકળો તેમજ અમારી માતૃભૂમિની રક્ષા કરો. આ લડવાનો યોગ્ય સમય નથી. આપણે શત્રુને હરાવવા માટે મજબૂત યોજનાઓ બનાવવી પડશે.''

રાણી પણ વાતાવરણની ગંભીરતાને સમજીને ત્યાંથી નિકળી ગઈ.

રાણીના મહેલની બરબાદી

અંગ્રેજોને સહેજ પણ અંદાજો ન હતો કે રાણી ત્યાંથી કેવી રીતે બચી નિકળી. અંગ્રેજ અધિકારી આ જાણીને હચમચી ગયા.

''અમારી પાસે એને હરાવવાની સારી તક હતી, પણ રાણી બચી નિકળી.''

બીજા અધિકારીએ કહ્યું, ''જાઓ, એનો મહેલ નષ્ટ કરી દો, બધું જ સળગાવી દો.''

અંગ્રેજ સૈનિકોએ રાણીનો મહેલ બરબાદ કરી દીધો. એમના વફાદાર અંગરક્ષક તેમજ સિપાઈ નિર્દયતથી માર્યા ગયા. આખી ઝાંસીમાં લૂંટફાટ કરવામાં આવી.

આ દરમિયાન રાણી પોતાના પુત્રની સાથે સહી-સલામત કાલ્પી જઈ પહોંચી.

કાલ્પીનું મહાન યુદ્ધ

કાલ્પી યમુના નદીના કિનારે વસેલું નાનું-એવું સુંદર શહેર હતું. પેશવા રાવ સાહેબે રાણી લક્ષ્મીબાઈના સ્વાગતમાં આખા શહેરમાં સજાવટ કરી હતી. તેઓ પણ નાના સાહેબની જેમ રાણીના બાળપણના મિત્ર હતા.

રાવ સાહેબે પૂરું સમર્થન આપવાનું વચન આપ્યું. તાત્યા ટોપે પણ આવી મળ્યાં.

''મને પૂરો વિશ્વાસ છે કે અંગ્રેજ અહીંયા પણ હુમલો કરશે. આપણે તૈયાર રહેવું પડશે.'' રાણીએ કહ્યું.

આસપાસના કેટલાય રાજા પણ સાથે આવી મળ્યાં. તાત્યા ટોપે સેનાપતિ બન્યા તેમજ બધાને પ્રશિક્ષિત કરવા લાગ્યા.

રાણી સેનાની તૈયારીથી ખુશ ન હતી. એમનું માનવું હતું કે એમને કાલ્પીના પાછળના ભાગ માટે વધારે સેના આપવામાં આવી ન હતી.

પેશવા રાવ સાહેબ એક પુરુષ હતા. એમણે વિચાર્યું કે તેઓ યુદ્ધો વિશે મહિલાથી વધારે જાણે છે.

અંગ્રેજોએ કાલ્પી પર હુમલો કર્યો. રાણી તૈયાર હતી. તેઓ પણ ઘોડા પર સવાર થઈ તેમજ લડવા નિકળી પડી.

રણભૂમિમાં પહોંચીને રાણી ગરજી, ‘‘થઈ શકે, તો ખુદને બચાવી લો.''

અંગ્રેજ સિપાઈ રાણીની ઝડપ, વીરતા તેમજ આત્મવિશ્વાસ જોઈને દંગ રહી ગયા હતા. રાણીનું રણકૌશલ જોવા જેવું હતું. તેઓ ડાબી-જમઈ બાજુ બેધડક વાર કરતી આગળ વધતી ચાલી ગઈ.

સર હ્યૂરોજ જાણી ગયા કે રાણીને યુદ્ધક્ષેત્રમાં હરાવવી સરળ ન હતી. તેઓ યુદ્ધભૂમિમાં ઊંટસવાર સિપાઈઓની સાથે જઈ પહોંચ્યા. આ રણનીતિથી સૈનિક વિખેરાવા લાગ્યા.

રાણીએ બધાની હિમ્મત વધારવા ઇચ્છી, પણ કોઈ લાભ ના થયો. સિપાઈ નિરાશ થઈને ત્યાંથી ભાગી ગયા. રાણીના અસીમ સાહસ તેમજ વીરતા છતાં કાલ્પી અંગ્રેજોના હાથમાં ચાલી ગઈ.

રાણી વીરગતિ તરફ

રાણી લક્ષ્મીબાઈ, રાવ સાહેબ, બાંદા નવાબ તેમજ સિપાઈઓની એક ટોળી ગ્વાલિયર ચાલી નિકળી. રાણી તેમજ એમના વિદ્રોહી સાથી રાજાની મદદ લેવા ઇચ્છતા હતા. તેઓ જિયાજી રાવ સિંધિયાના દરબારમાં પહોંચ્યા.

એમણે મહારાજથી મદદ માંગી, પરંતુ અંગ્રેજોના ભક્ત રાજાએ મદદ આપવાની ના કહી દીધી.

તે ગર્જ્યો- ''તમને કોઈ મદદ નહીં મળે. અહીંયાથી ચાલ્યા જાઓ.''

એનાથી રાણીને નિરાશા તો થઈ, પણ એમણે હિમ્મત ના હારી. એમણે કહ્યું, ''હું હિમ્મત હારીશ નહીં.''

રાજા જિયાજી રાવ સિંધિયાની ફૌજ પણ પોતાના રાજાની અંગ્રેજભક્તિથી તંગ હતા. તેઓ બધા રાણીથી આવી મળ્યાં તેમજ રાજા વિરુદ્ધ વિદ્રોહ કરી દીધો. આ વિદ્રોએ રાજાના પગ ઉખાડી દીધા.

એની પાસે ભાગવા સિવાય કોઈ રસ્તો બચ્યો ન હતો તેમજ ગ્વાલિયરનું રાજ પેશવા રાવ સાહેબના હાથમાં આવી ગયું. એમને એક રાજ્યાભિષેક સમારંભ પછી ગ્વાલિયરના શાસક બનાવવામાં આવ્યા.

હ્યૂરોજે આ સાંભળ્યું તો વિચાર્યું, 'રાણી આપણી વિરુદ્ધ ષડ્યંત્ર રચી રહી છે. એને રોકવા માટે આપણે કંઈક કરવું પડશે.''

એણે કમાન્ડરોને આદેશ આપ્યો, ''ગ્વાલિયર પર ચઢાઈ કરી દો. હવે સમય આવી ગયો છે. આપણે રાણી તેમજ એના સમર્થકો પર હુમલો કરી દઈશું.''

રાણી સુધી પણ આ સમાચાર પહોંચ્યા, તો એમણે પોતાના સમર્થકોથી કહ્યું, ''હવે આપણે અંગ્રેજોની વિરુદ્ધ યુદ્ધ કરવું જ પડશે.'' રાણી ઘોડા પર સવાર થઈ તેમજ સૈનિકોથી કહ્યું,

“મારી પાછળ આવો! બહાદુરો! આપણે લડીશું તથા વિજય પ્રાપ્ત કરીશું.”

યુદ્ધ વધારે ભયંકર હતું. રાણી વીરતાપૂર્વક લડી. બધા લોકો આ જોઈને હેરાન હતા કે એક વીર સ્ત્રી કયા પ્રકારે પુરુષોની વિશાળ સેનાથી ટક્કર લઈ રહી હતી. તેઓ ડાબી-જમણી તરફ ઝડપથી તલવાર ચલાવતી રહી. વધારે હદ સુધી જીત મળવા જ વાળી હતી, પણ ભાગ્યએ પલટો માર્યો.

અચાનક એમને એક ગોળી આવીને લાગી. તેઓ ઘોડા પર હતી. એમણે પાછળ વળીને એ અંગ્રેજ સિપાઈને જોયો, જેણે ગોળી મારી હતી. તેઓ એના પર ઝપટી તેમજ એનું માથું ધડથી અલગ કરી દીધું.

એમની આ દશા જોઈને ઘોડો ભાગવા લાગ્યો. તે પણ ગોળીઓથી ઘાયલ હતો. અંતમાં તે એક નાળાની પાસે આવીને રોકાઈ ગયો. રાણી સમજી ગઈ કે ઘોડો થાકી ચુક્યો છે. એમણે ઘોટાને પુચકારવા ઈચ્છ્યો, પણ અચાનક અંગ્રેજ સિપાઈઓના દળથી ઘેરાઈ ગઈ. એક સાહસી મહિલા હોવાના

સંબંધે એમણે હથિયાર ના નાંખ્યા. તે ગરજી, ''તમારામાંથી કોઈને પણ છોડવામાં નહીં આવે. હું તમને બધાને મારી નાંખીશ.''

લક્ષ્મીબાઈએ બધા સિપાઈ મારી નાંખ્યા. છેલ્લા સિપાઈની ગરદન કાપતાં જ, એમનું પોતાનું સંતુલન બગડ્યું અને તેઓ નીચે પડી ગઈ. તે પોતાનો અંત નજીક જોઈને જોરથી બૂમો પાડી તો સહાયક દોડી આવ્યા. તેઓ એમના લોહીથી લથપથ શરીરને નજીકની ઝૂંપડીમાં લઈ ગયા.

૧૫ જૂન, ૧૮૫૮એ મહાન રાણી લક્ષ્મીબાઈએ અંતિમ શ્વાસ લીધા તેમજ વીરગતિને પ્રાપ્ત થઈ. એમના સમર્થક વિલાપ કરવા લાગ્યા, ''અમારી રાણી ના રહી. અમે એકલા થઈ ગયા.'' ત્યારે જ એક સિપાઈએ કહ્યું, ''આપણે સમય ના બગાડીને એમના અંતિમ સંસ્કાર કરી દેવા જોઈએ જેથી એમની લાશ અંગ્રેજોના હાથમાં ન લાગે.''

પોતાની મૃતક રાણીના અપમાનના ભયથી સિપાઈઓએ

ત્યાં જ એમના દેહને આગના હવાલે કરી દીધો.

ઝાંસી, ગ્વાલિયર તેમજ બીજા ભાગોમાં રાણીના મૃત્યુના સમાચાર આગની જેમ ફેલાઈ ગયા. લોકો શોકમાં ડૂબી ગયા, "અમે તો અનાથ થઈ ગયા. અમારી આશ્રયદાતા ચાલી ગઈ. હવે અમારી રક્ષા કોણ કરશે?"

ગ્વાલિયર પર અંગ્રેજોએ કબ્જો કર્યો તેમજ એને ફરીથી રાજા જિયાજી રાવ સિંધિયાને સોંપી દીધો.

સર હ્યૂરોજે પણ મહાન ભારતીય વીરાંગનાની પ્રશંસા કરી, "તે એક સાચ્ચા યોદ્ધાની જેમ લડી. એમનું સાહસ અતુલનીય છે."

"તે તો ખરેખર એકલી જ આખી સેના પર ભારે પડી હતી." બીજા અંગ્રેજ અધિકારીએ કહ્યું.

આજે પણ ઝાંસીની રાણીને એક વીરાંગનાના રૂપમાં યાદ કરવામાં આવે છે. આજે પણ ઘોડા પર સવાર રાણીના હાથમાં થામેલી તલવારવાળી પ્રતિમા આખા દેશની આન-બાન અને શાનનું પ્રતીક છે.

■■

GUJARATI BOOKS